Impressum
Verlag: BABADADA GmbH, Nedderfeld 112 , 22529 Hamburg
Geschäftsführer / Verlagsleitung: Harald Hof
Druck: Books on Demand GmbH, In de Tarpen 42, 22848 Norderstedt

Imprint
Publisher: BABADADA GmbH, Nedderfeld 112 , 22529 Hamburg, Germany
Managing Director / Publishing direction: Harald Hof
Print: Books on Demand GmbH, In de Tarpen 42, 22848 Norderstedt

sală de clasă
yàrá ìkàwé

a împărți
pínpín

186/2

tablă
pẹpẹ

curte a școlii
yáàdì ilé-ìwé

profesor
olùkọ́

hârtie
pépà

a scrie
kọwé

instrument de scris
kálàmù

ă de birou
dẹ́sìkì

riglă
rúlà

carte
ìwé

elev
akẹ́kọ̀ọ́

ghiozdan

ọ̀rá

penar

àpò pẹnsuru

creion

pẹnsuru

ascuțitoare

olùgbẹ́ pẹnsuru

radieră

rọ́bà

bloc de desen

bọ́tìnnì yíyàwòrán

desen

yíyàròwán

pensulă

burọsi ọdà

cutie de acuarele

àpótí ọdà

foarfece

sisọsi

lipici

gúlù

caiet de exerciții

ìwé ișẹ́

temă

ișẹ́ àmúrelé

număr

nọ́mbà

a aduna

àfikún

a scădea

àyọkúrò

a multiplica

ìsọdipúpọ̀

a calcula

șírò

literă

lẹ́tà

ABCDEFG
HIJKLMN
OPQRSTU
VWXYZ

alfabet

alábídí

cuvânt

ọ̀rọ̀ sísọ

text
ọ̀rọ̀ kíkọ

a citi
kàwé

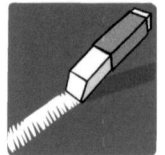

cretă
ṣọ́ọ̀kì

oră
ìkẹ̀kọ́ọ̀

catalog
forúkọsílẹ̀

examen
ìdánwo

certificat
ìwé-ẹ̀rí

uniformă şcolară
aṣọ ilé-ìwé

educație
ẹ̀kọ́

enciclopedie
ìwé ìmọ̀

universitate
yunifasiti

microscop
ẹ̀rọ gbohùngbohùn

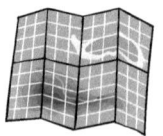

hartă
àwòrán àgbáyé

coş de gunoi
agbọ̀n ìdalẹ̀nù

călătorie
ìrìn àjò

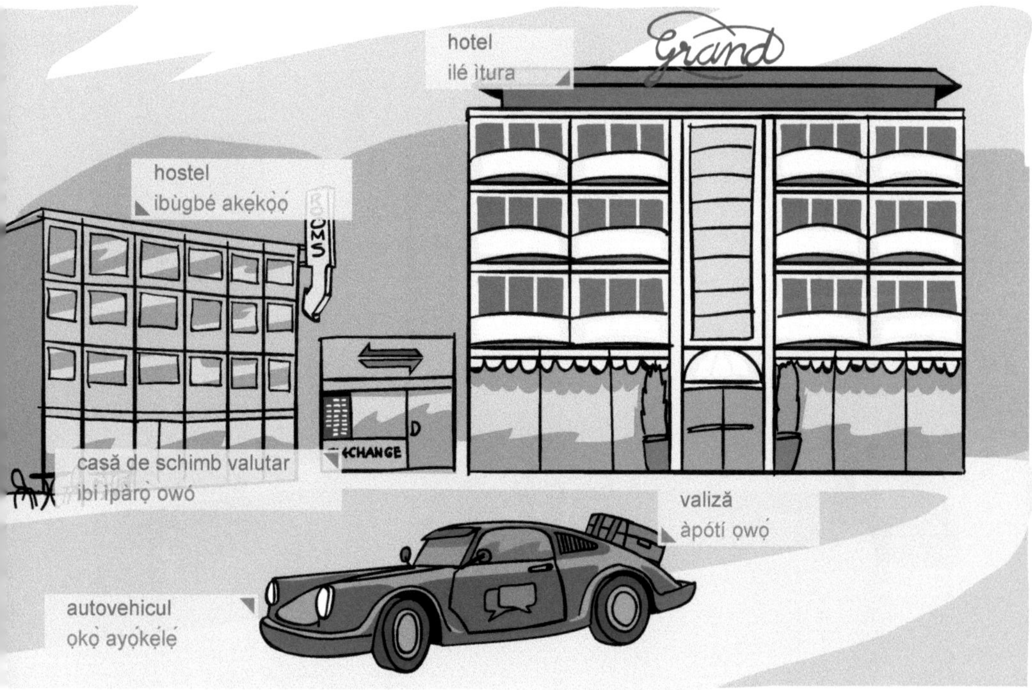
hotel
ilé ìtura
hostel
ibùgbé akẹ́kọ̀ọ́
casă de schimb valutar
ibi ìpàrọ̀ owó
valiză
àpótí ọwọ́
autovehicul
ọkọ̀ ayọ́kẹ́lẹ́

limbă

èdè

da/nu

bẹ́ẹ̀ni / bẹ́ẹ̀kọ́

okay

Ó dára

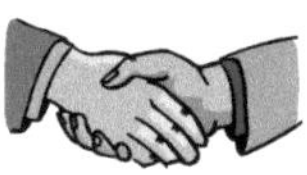

Bună!

ẹpẹ̀lẹ́

interpret

olùtúmọ̀ èdè

mulțumesc

O ṣeun

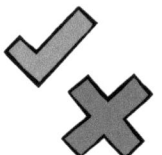

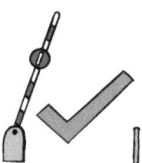

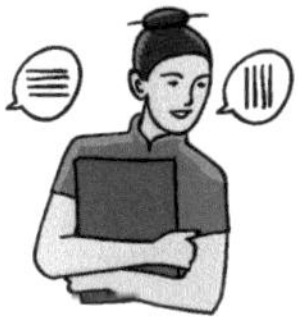

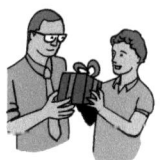

Cât costă…?

èló ni… ?

Nu înțeleg

Kò yé mi

problemă

ìṣòro

Bună seara!

Ẹ káalẹ́!

Bună dimineața!

Ẹ kaarọ!

Noapte bună!

Ẹ káalẹ́!

la revedere

ódìgbà

direcție

ìtọni

bagaj

ẹrù-ẹni

geantă

báàgì

rucsac

àpò ẹ̀yìn

oaspete

àlejò

cameră

yàrá

sac de dormit

báàgì ibùsùn

cort

àgọ́

punct de informare turistică

àlàyé arìnrin àjò

plajă

òkun

carte de credit

káàdì arópò owó

mic dejun

oúnję àárò

masa de prânz

oúnję òsán

cină

oúnję alę́

bilet de călătorie

tikęti

lift

ìgbésókè

timbru poștal

èdìdí

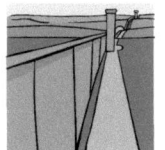

graniță

àlà

vamă

àwọn àṣà

ambasadă

ibi ìwé ìrìnà

viză

tısa

pașaport

ìwé ìrìnà

transport
ọkọ̀

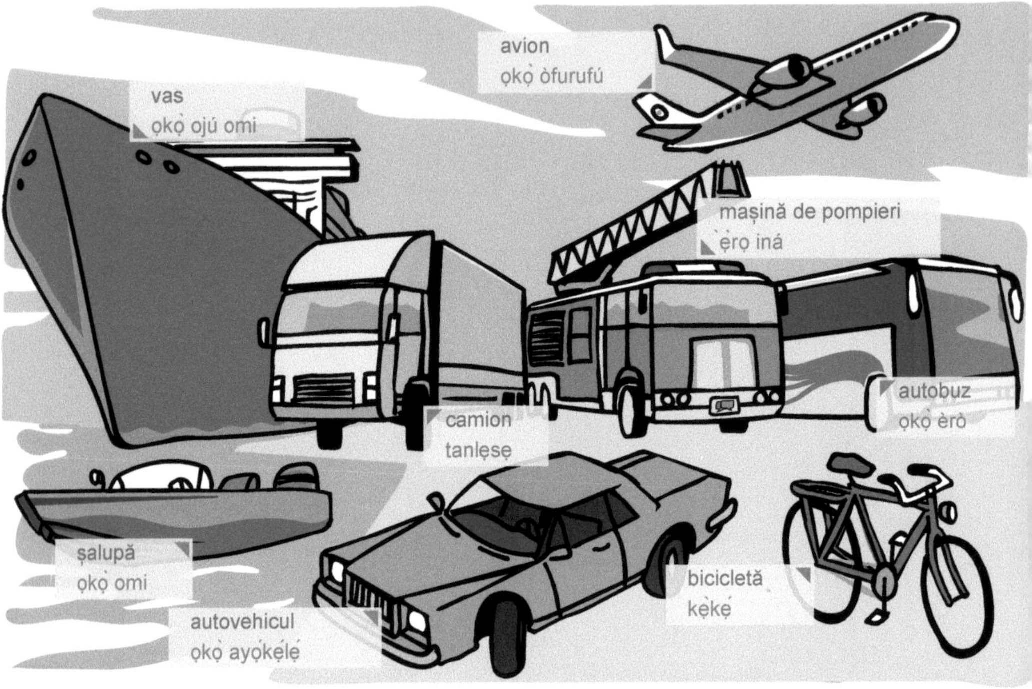
avion
ọkọ̀ òfurufú
vas
ọkọ̀ ojú omi
mașină de pompieri
ẹ̀rọ iná
autobuz
ọkọ̀ èrò
camion
tanlẹsẹ
șalupă
ọkọ̀ omi
autovehicul
ọkọ̀ ayọ́kẹ́lẹ́
bicicletă
kẹ̀kẹ́

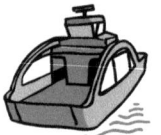

feribot

ọpán

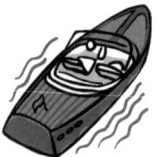

barcă

ọpọ́n ojú omi

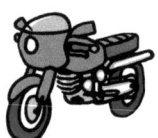

motocicletă

atapùpù

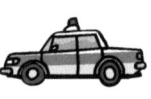

mașină de poliție

ọkọ̀ ọlọ́pàá

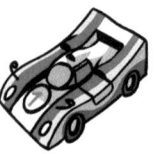

mașină de curse

ọkọ̀ ìsáré

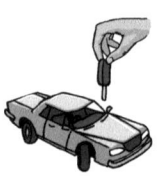

mașină închiriată

ọkọ̀ yíyá

car sharing

àpínlò ọkọ̀

maşină de tractat

ìgbọ́kọ̀

maşină de gunoi

ọkọ̀ dída ilẹ̀ nù

motor

manto

combustibil

epo

benzinărie

ilé epo

semn de circulaţie

àmì iwakọ̀

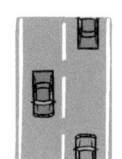

trafic

iwakọ̀

ambuteiaj

súnkẹrẹ

parcare

ibi ìgbọ́kọ̀sí

gară

ibùdókọ̀ ojú irin

şine

àwọn òpópó

tren

ọkọ̀ ojú irin

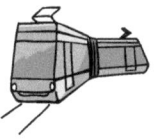

tramvai

ọkọ̀ ori ilẹ̀

vagon

ẹrù

elicopter
ẹlikọputa

aeroport
ibùdókọ̀ òfurufú

turn
òpó

pasager
èrò

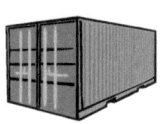

container
ibi ìpamọ́

carton
katun

căruță
apẹ̀rẹ̀

coș
agbọ̀n

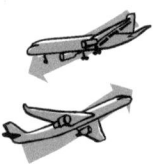

a decola/a ateriza
gbéra / balẹ̀

oraș
ìlú

sat
abúlé

centru
àárín ìlú

casă
ilé

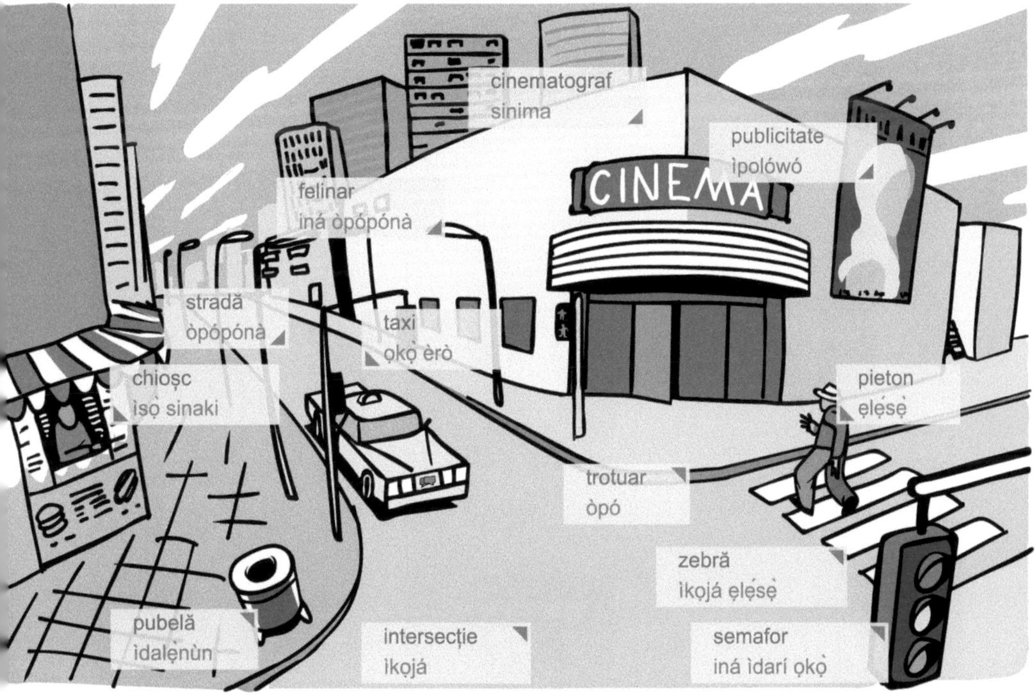

cinematograf
sinima

publicitate
ìpolówó

felinar
iná òpópónà

stradă
òpópónà

taxi
okọ̀ èrò

pieton
ẹlẹ́sẹ̀

chioșc
isọ́ sinaki

trotuar
òpó

zebră
ìkọjá ẹlẹ́sẹ̀

pubelă
ìdalẹ̀nùn

intersecție
ìkọjá

semafor
iná ìdarí ọkọ̀

CINEMA

cabană

abà

apartament

filati

gară

ibùdókọ̀ ojú irin

primărie

ojúde

muzeu

musiọmu

școală

ilé-ìwé

universitate

yunifasiti

bancă

ilé ìfowópamọ́

spital

ilé ìwòsàn

hotel

ilé ìtura

farmacie

olùta ògùn

birou

ọfisi

librărie

ìsọ̀ ìwé

magazin

ìsọ̀

florărie

òdòdó

supermarket

ibi ìtajà

piață

ọjà

magazin universal

ibi ẹ̀ka iṣẹ́

comerciant de pește

ibi ẹja

centru comercial

ibi ìrajà

port

bèbè omi

parc

ibi ìgbafẹ́

bancă

àga

pod

afárá

trepte

àgàsọ̀

metrou

abẹ́ ilẹ̀

tunel

ihò ilẹ̀

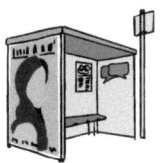

stație de autobuz

ibùdókọ̀

bar

ilé ọtí

restaurant

ilé oúnjẹ

cutie poștală

àpótí ìfiwéránṣẹ́

tăbliță indicatoare cu
numele străzii

àmì òpópónà

parcometru

mita ìgbọ́kọ̀sí

grădină zoologică

ibi ẹranko

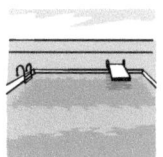

piscină

ibi ìwẹ̀

moschee

mọ́sálásí

gospodărie ţărănească
oko

poluare
ìdọ̀tí

cimitir
ibi isìnkú

biserică
ilé ìjọsìn

loc de joacă
ibi ìṣeré

templu
tẹmpili

peisaj
ẹlẹ́bùú

frunză
ewé

indicator
ajúwe

drum
ọ̀nà

pajişte
ilẹ̀ koríko

piatră
òkúta

drumeţ
olùrìn

copac
igi

râu
odò

iarbă
kóriko

floare
òdòdó

vale

kòtò

deal

òkè

lac

adágún omi

pădure

aginjù

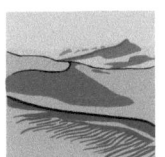

deșert

așálẹ̀

vulcan

ilẹ̀ ríru

castel

ibùgbé

curcubeu

òṣùmàrè

ciupercă

esun

palmier

ọpẹ

țânțar

ẹ̀fọn

muscă

eṣinṣin

furnică

kòkòrò

albină

oyin

păianjen

alantakun

gândac

làbọnlàbọn

broască

ọpọlọ

veveriță

ọkẹ́rẹ́ ńlá

arici

sẹsẹ́

iepure

ọkẹ́rẹ́

bufniță

òwìwí

pasăre

ẹyẹ

lebădă

pẹpẹyẹ ńlá

porc mistreț

ẹlẹ́dẹ́ igbó

cerb

àgbọ̀nrín

elan

àgbọ̀nrín ńlá

dig

adágún

turbină eoliană

ọ̀pá afẹ́fẹ́

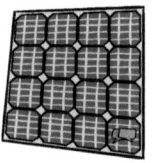

panou solar

panẹ̀ẹ̀lì òrùn

climă

ojú-ọjọ́

peisaj - ẹlẹ́bùú

restaurant
ilé oúnjẹ

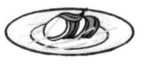

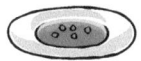

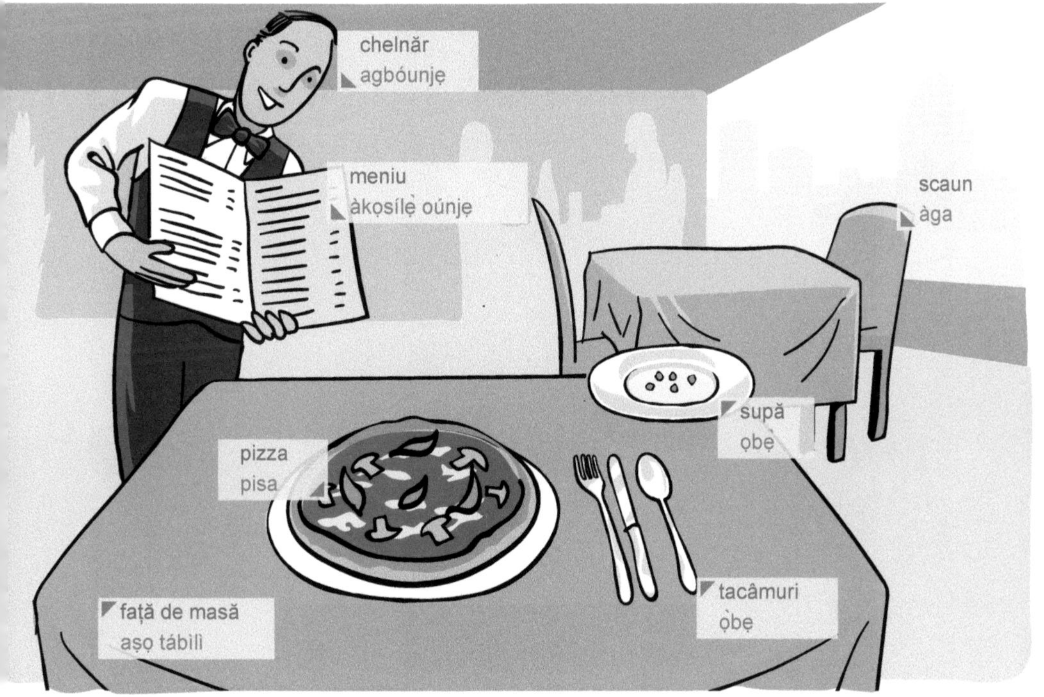
chelnăr
agbóunjẹ
meniu
àkọsílẹ̀ oúnjẹ
scaun
àga
supă
ọbẹ
pizza
pisa
tacâmuri
ọ̀bẹ
față de masă
aṣọ tábìlì

antreu
....
ìpanu

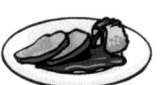

fel principal
....
oúnjẹ gangan

desert
....
ìpanu lẹ́yin oúnjẹ

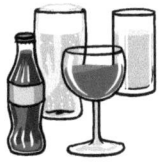

băuturi
....
ohun mímu

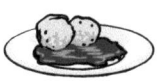

mâncare
....
oúnjẹ

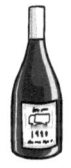

sticlă
....
ìgò

fastfood

oúnjẹ kíá

streetfood

oúnjẹ òpópónà

ceainic

abọ tii

zaharniță

abọ́ șúgà

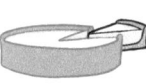

porție

ìpín

espressor

ẹ̀rọ ẹsipirẹso

scaun înalt (pentru copii)

àga gíga

factură

ináwó oșoșù

tavă

tire

cuțit

ọbẹ

furculiță

fọọ̀kì

lingură

șíbí

linguriță

șíbí tii

șervețel

pépà ìnuwọ́

pahar

gilasi

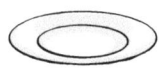

farfurie
abọ́

farfurie de supă
abọ́ ọbẹ̀

farfurie
pẹlẹbẹ

sos
ọbẹ̀

solniță
kòkò iyọ̀

râșniță de piper
ilọta

oțet
fẹniga

ulei
òróró

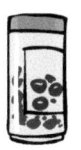

condimente
èròjà

ketchup
kẹsọpu

muștar
mọsitadi

maioneză
mayonesi

supermarket

ibi ìtajà

ofertă
`ẹ̀dínwó
client
oníbàárà
produse lactate
wàrà
fructe
èso
cărucior de cumpărături
ọmọlanke
FOR

BUTCHERS

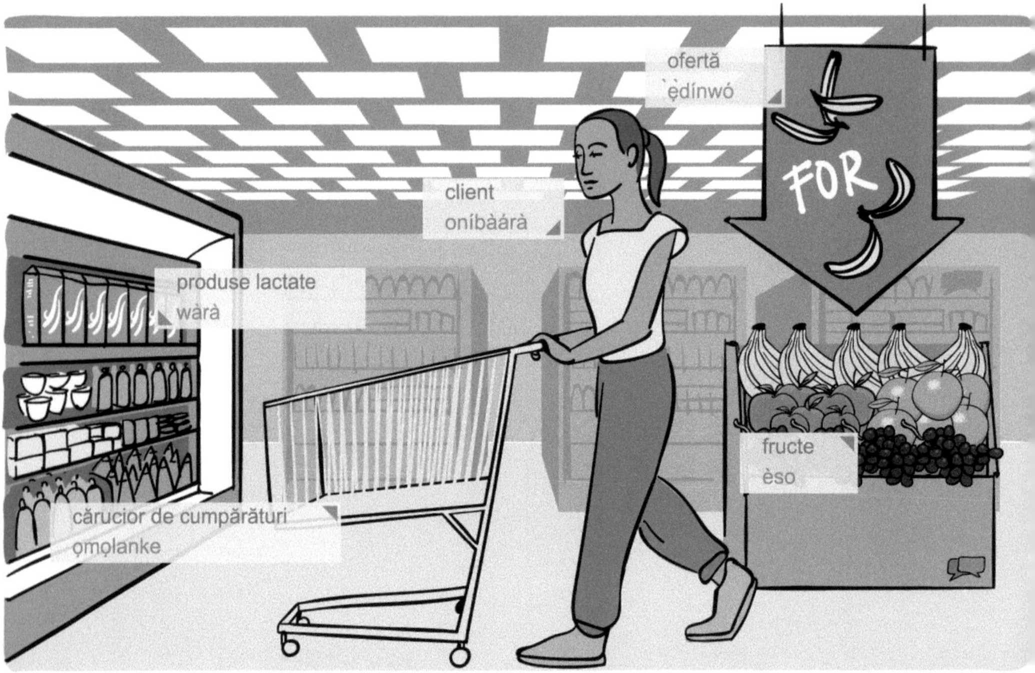

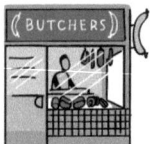

măcelărie

alápatà

BAKERY

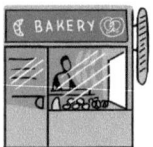

brutărie

beka

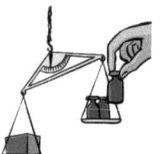

a cântări

wọ̀n

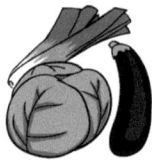

legume

ewébẹ̀

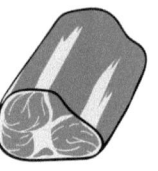

carne

ẹran

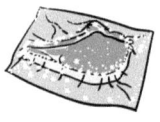

alimente refrigerate

oúnjẹ dídì

mezeluri și brânzeturi feliate

ęran tútù

conserve

oúnję agolo

detergent

ọsẹ ifọsọ

dulciuri

àdíndùn

articole de menaj

àgbéjáde ẹbí

produse de curățenie

ohun ìtọ́jú

vânzătoare

olùtajà

casă

tili

casier

akawó

listă de cumpărături

àkójọ ìrajà

orar

wákàtí ibẹ̀rẹ̀

portmoneu

ìpamọ́

carte de credit

káàdì arópò owó

geantă

báàgì

pungă de plastic

báàgì ọrá

apă

omi

suc

omi èso

lapte

wàrá

cola

koki

vin

waini

bere

bia

alcool

ọtí líle

cacao

kòkó

ceai

tii

cafea

kọfí

espresso

ẹsipirẹso

cappucino

kapusino

banane

ọ̀gẹ̀dẹ̀

măr

apu

portocală

ọsàn

pepene

ẹ̀gúsí

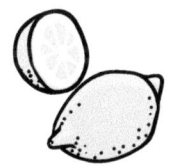

lămâie

òronbò

morcov

karọti

usturoi

galiki

bambus

ọparun

ceapă

àlùbọ́sà

ciupercă

esun

nuci

ẹ̀pà

paste făinoase

nodu

spagheti

sipajęti

orez

ìrẹsì

salată

saladi

cartofi prăjiți

ìpanu

cartofi țărănești

ànàmọ́ díndín

pizza

pisa

hamburger

bọ́gà

sandwich

sanwiși

șnițel

ẹran sísun

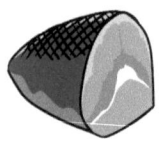

șuncă

ẹsẹ̀ ẹlẹ́dẹ̀

salam

salami

cârnați

sọseji

pui

ẹran ẹdìyẹ

friptură

sun

pește

ẹja

fulgi de ovăz

oti poreji

musli

museli

cereale

confulakisi

făină

iyefun

corn

kirosanti

chifle

rolu búredi

pâine

buredi

pâine prăjită

dín

biscuiți

bisikiti

unt

botà

brânză de vaci

kodu

prăjitură

keki

ou

eyin

ouă ochiuri

eyin díndín

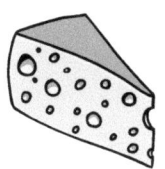

brânză

șiși

îngheţată

aisi kirimu

zahăr

şúgà

miere

oyin

marmeladă

jamu

cremă nuga

àfira şokoleti

curry

kọri

gospodărie ţărănească
oko

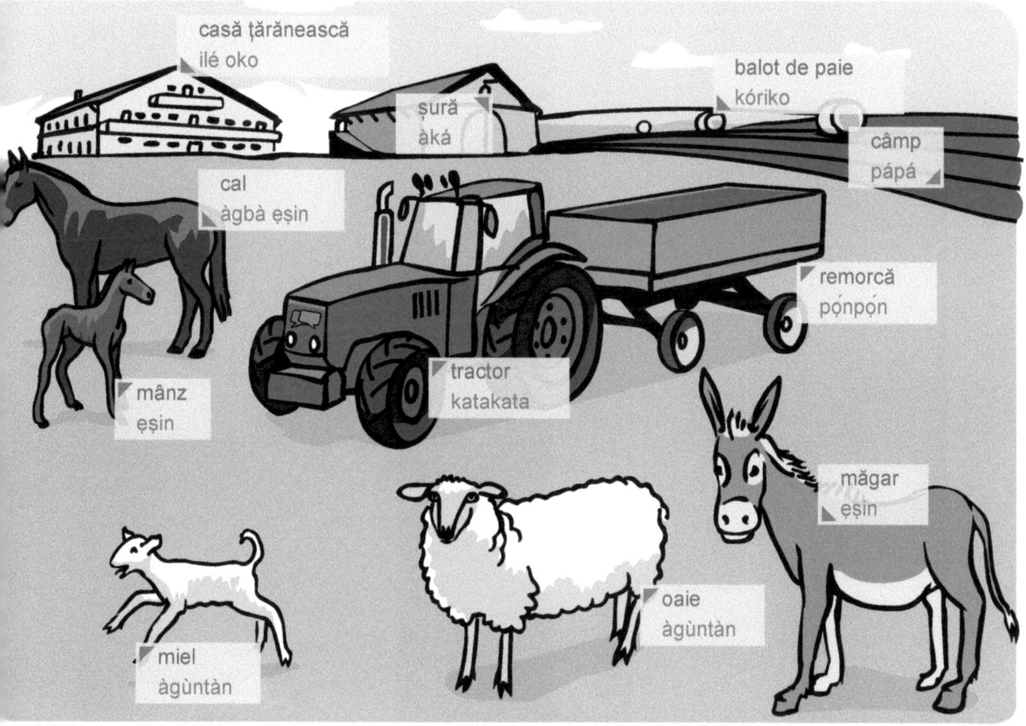

casă ţărănească
ilé oko
şură
àká
balot de paie
kóriko
câmp
pápá
cal
àgbà ẹṣin
remorcă
pọ́npọ́n
tractor
katakata
mânz
ẹṣin
măgar
ẹṣin
oaie
àgùntàn
miel
àgùntàn

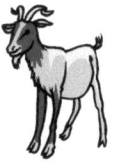

capră

ewúrẹ́

vacă

máàlù

viţel

ọdọ́ àgùntàn

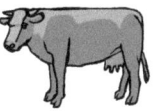

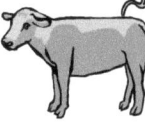

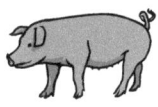

porc

ẹlẹ́dẹ̀

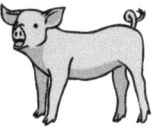

purcel

ọmọ ẹlẹ́dẹ̀

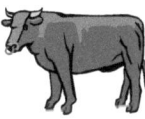

taur

àgbò

găină

oṃọ pépéyẹ

rață

pépéyẹ

pui

ọmọ adìyẹ

găină

adìyẹ

cocoș

àkùkọ

șobolan

èkúté

pisică

olóngbò

șoarece

eku

bou

kẹ́tẹ́kẹ̀tẹ́

câine

ajá

cușcă

ilé ajá

furtun de grădină

ọpá ọgbà

stropitoare

abọ́ omi

coasă

scythe

plug

ọkọ̀ irúgbìn

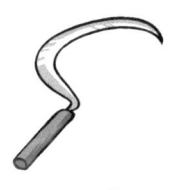

seceră

abẹ oko

sapă

ọkọ́

furcă

irinṣẹ́ kóriko

secure

àáké

roabă

wilibaro

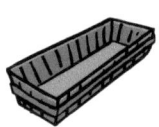

troacă

àgbá

cană pentru lapte

abọ́ wàrà

sac

àpò

gard

ògiri

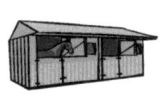

grajd

pẹpẹ oko

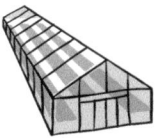

seră

ibi ìdáko

sol

ilẹ̀

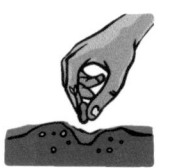

sămânță

irúgbìn

fertilizator

ajílẹ̀

combină de treierat

àkópọ́ olùkórè

a culege

ìkórè

recoltă

ìkórè

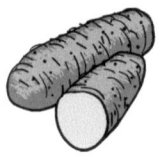

cartof yam

işu

grâu

bàbà

soia

soya

cartof

ànàmọ́

porumb

àgbàdo

rapiţă

irúgbin rapu

pom fructifer

igi èso

manioc

ẹ̀gẹ́

cereale

jéró

casă

ilé

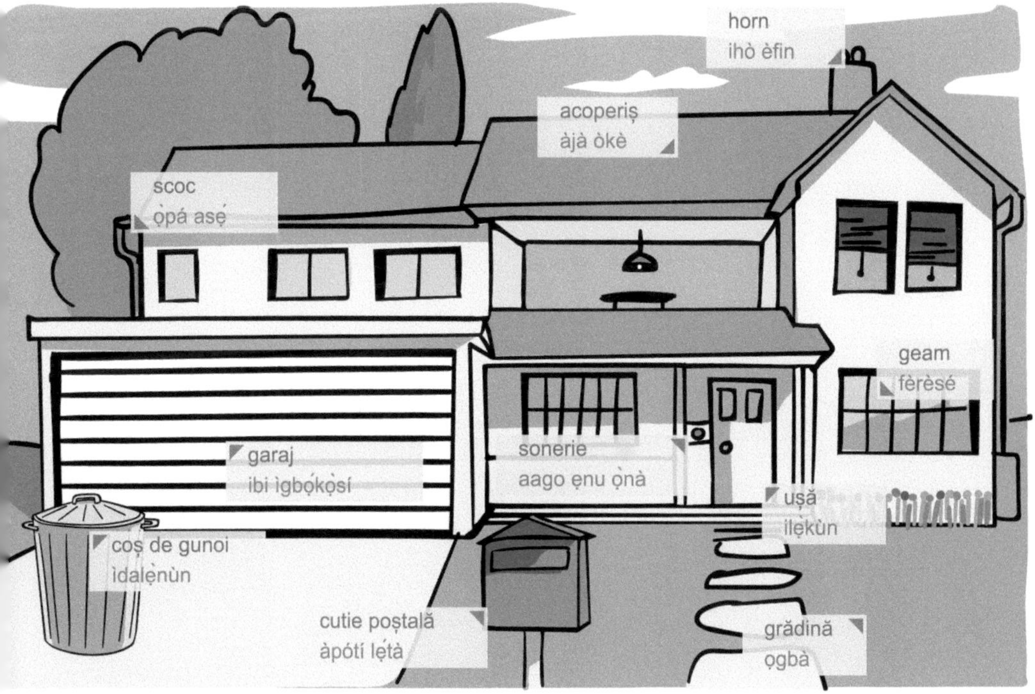
horn
ihò èfin
acoperiș
àjà òkè
scoc
ọ̀pá asẹ́
geam
fèrèsé
garaj
ibi ìgbọ́kọ̀sí
sonerie
aago ẹnu ọ̀nà
ușă
ilẹ̀kùn
coș de gunoi
ìdalẹ̀nùn
cutie poștală
àpótí lẹ́tà
grădină
ọgbà

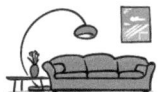

cameră de zi

yàrá ìgbé

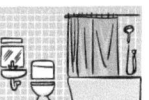

baie

ilé ìwẹ̀

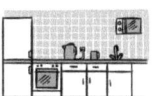

bucătărie

ilé ìdáná

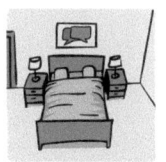

dormitor

yàrá ìbùsùn

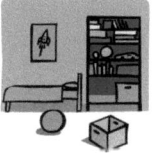

camera copiilor

yàrá ọmọdé

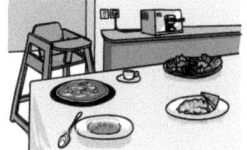

sufragerie

yàrá ìjẹun

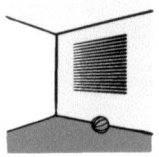

podea

ilẹ̀

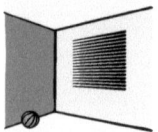

perete

ògiri ilé

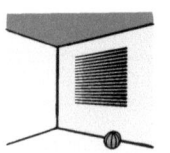

tavan

àjà

pivniță

sẹla

saună

sauna

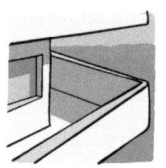

balcon

ọ̀dẹ̀dẹ̀

terasă

ọ̀nà

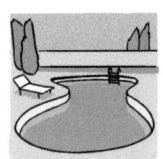

piscină

ibi iwẹ̀

mașină de tuns iarba

ẹ̀rọ igéko

cearşaf

ojú-ewé

cuvertură

aṣọ orí ibùsùn

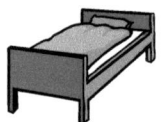

pat

ibùsùn

mătură

ọwọ̀

găleată

garawa

întrerupător

yípo

camеră de zi
yàrá ìgbé

tapet
pépà ògiri
pictură
àwòrán
lampă
iná
raft
șefu
dulap
kọbọdu
televizor
àmóhùnmáwòrán
șemineu
ibi ìdáná
floare
òdòdó
pernă
tìmùtìmù
sofa
sọfa
vază
fasi
telecomandă
ìdarí takété

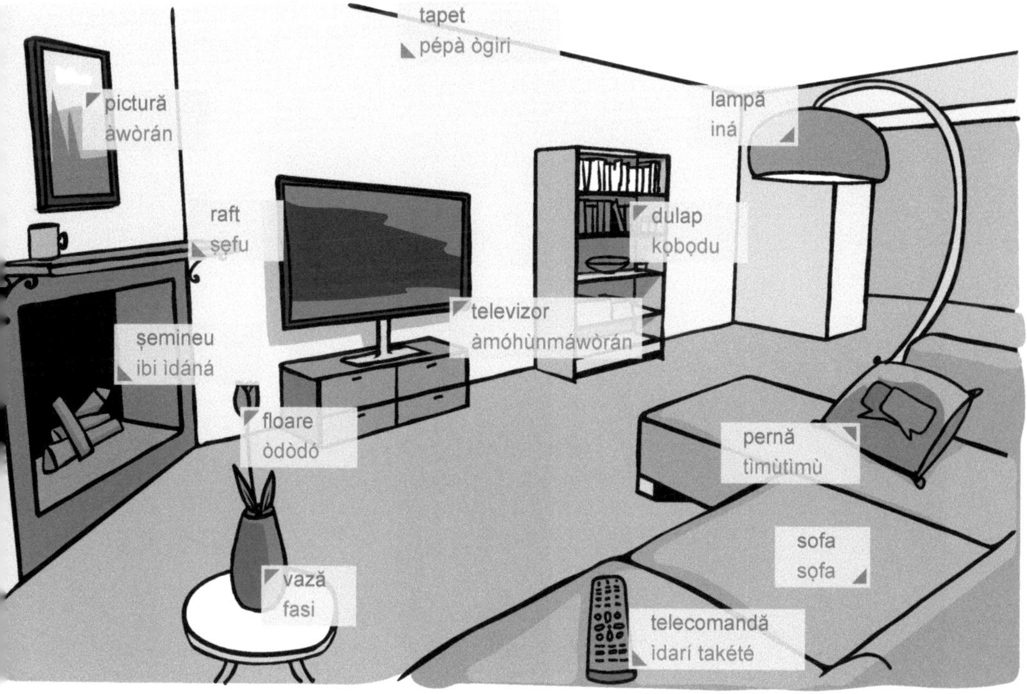

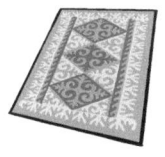

covor

kapẹti

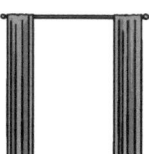

perdea

kọtini

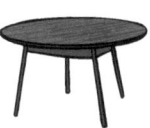

masă

tábìlì

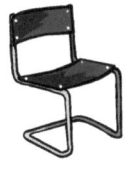

scaun

àga

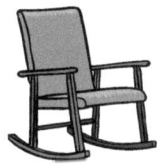

balansoar

àga amìtìtì

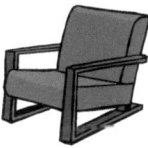

fotoliu

àga ọlọ́wọ́

carte

ìwé

pătură

aṣọ ìbora

decoraţiune

ọ̀ṣọ́

lemn de foc

igi ìdáná

film

fíìmù

instalaţie stereo

irinṣẹ́ hi-fi

cheie

kọ́kọ́rọ́

ziar

ìwé ìròyìn

desen

kíkunlé

poster

àlẹ̀mọ́

radio

redio

caiet de notiţe

ìkọ̀wé

aspirator

ufa

cactus

kakitọsi

lumânare

àbẹ́là

bucătărie
ilé ìdáná

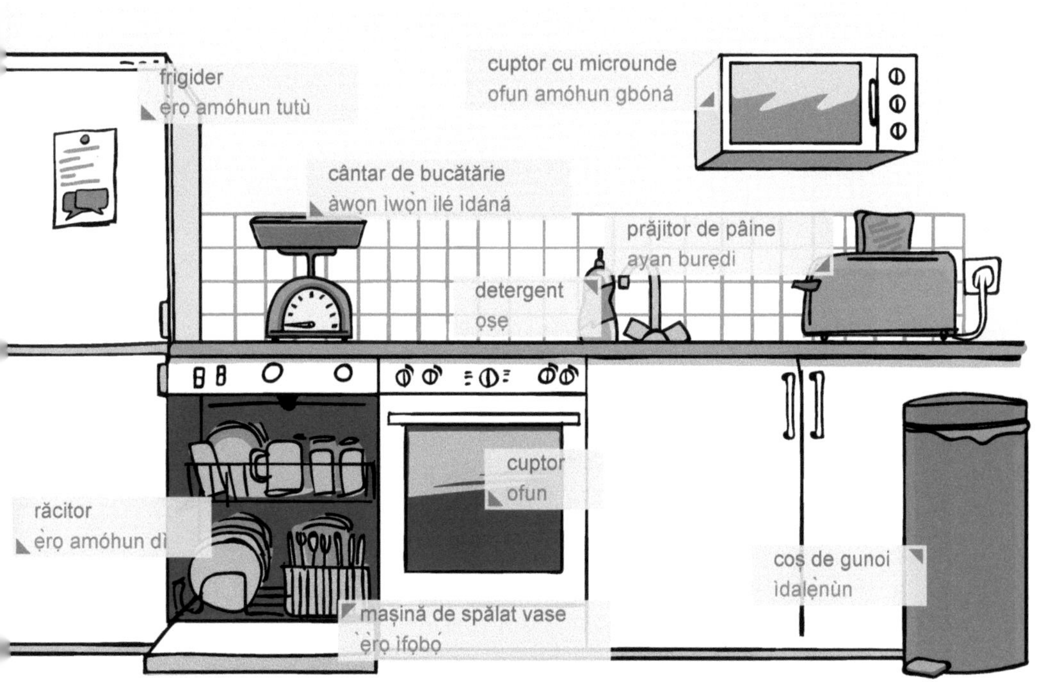
frigider
èrọ amóhun tutù
cuptor cu microunde
ofun amóhun gbóná
cântar de bucătărie
àwọn ìwọn ilé ìdáná
prăjitor de pâine
ayan burẹdi
detergent
ọṣẹ
cuptor
ofun
răcitor
èrọ amóhun dì
coș de gunoi
ìdalẹ̀nùn
mașină de spălat vase
èrọ ìfọbọ́

cuptor

ìdáná

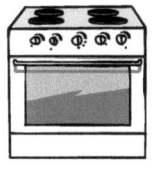

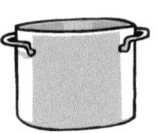

oală

ìṣasun

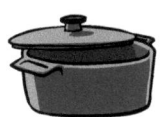

oală de metal

ìṣasun irin

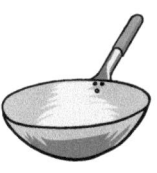

wok/kadai

wok / kadai

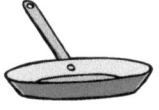

tigaie

panu

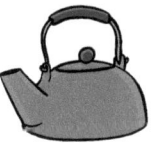

ceainic

kẹ́turu

oală de gătit cu aburi

amoru

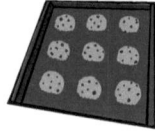

tavă de copt

pẹpẹ ìdáná

veselă

dídáná

pahar

ife gilasi

bol

àdému

beţişoare

igi ìjẹun

polonic

ladu

spatulă

şíbí kòtò

tel

wisiki

sită

sitirena

sită

asẹ́

răzătoare

gireta

mojar

odó

grătar

àsun

loc pentru grătar

ibi ìdáná

tocător

pẹpẹ gígé

sucitor

igi ìlọ̀

tirbușon

kọkisukuru

conservă

agolo

deschizător de conserve

olùșí agolo

șervete termice

àdìmú ișasun

chiuvetă

kòtò

perie

burọși

burete

kaninkanin

mixer

ẹrọ ilọta

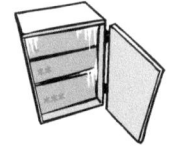

ladă frigorifică

ẹrọ amóhun dì oníkòtò

biberon

ohun ìjẹun ọmọdé

robinet

ẹnu ẹrọ omi

baie
ilé ìwẹ̀

încălzire
gbígbóná
duș
ìwẹ̀
prosop
tawẹli
perdea de duș
kọtini ìwẹ̀
baie cu spumă
ìwẹ̀ ọlọ́ṣẹ
cadă
ibi ìwẹ̀
pahar
gilasi
mașină de spălat
ẹ̀rọ ifọṣọ
robinet
ẹnu ẹ̀rọ omi
gresie
àlẹ̀mọ́lẹ̀
oală de noapte
pó
chiuvetă
kòtò

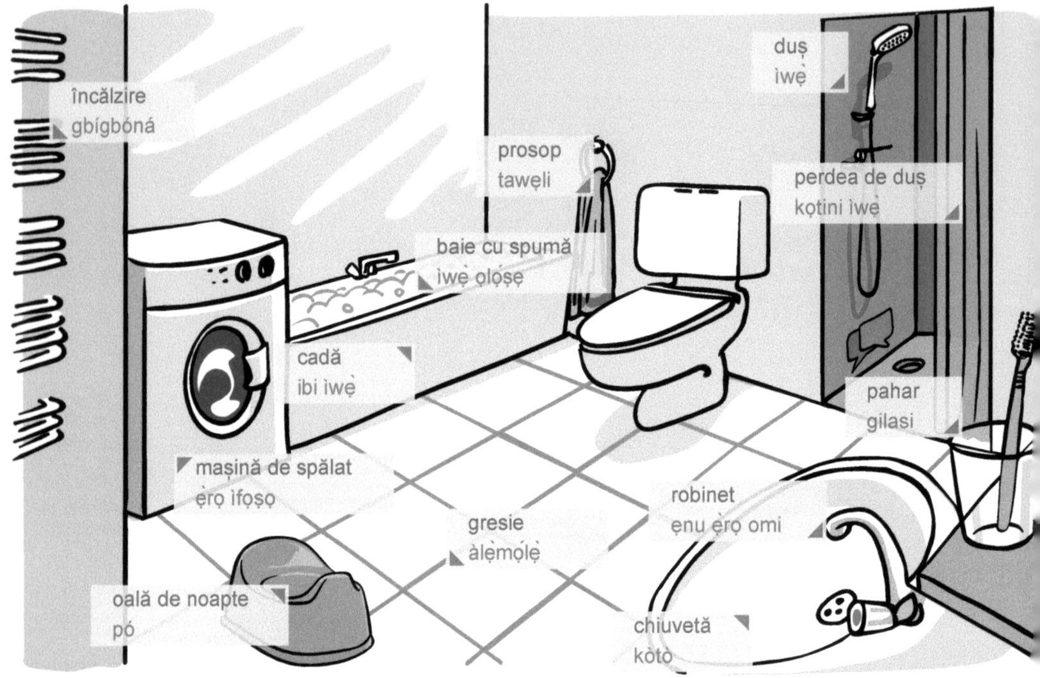

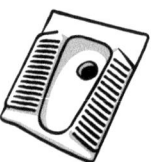

toaletă
ibi ìyàgbẹ́

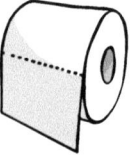

toaletă turcescă
ibi ṣálángá

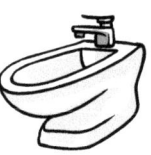

bideu
bidẹti

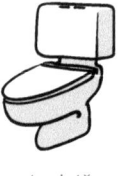

pisoir
títọ̀

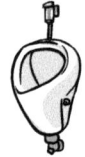

hârtie igienică
pépa ibi ìyàgbẹ́

perie de toaletă
burọṣi ìbi ìyàgbẹ́

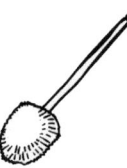

periuță de dinți

igi ìfọnu

pastă de dinți

ọṣẹ ìfọnu

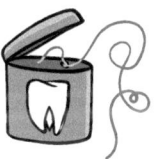

ață dentară

filọsi eyin

a spăla

fọṣọ

cap de duș

ìwẹ̀ ọlọ́wọ́

duș intim

dọṣi

lavoar

basin

perie pentru spate

burọṣi ẹ̀yìn

săpun

ọṣẹ

gel de duș

gẹli ìwẹ̀

șampon

ọṣẹ irun

cârpă de spălat

filanẹni

scurgere

sẹ̀

cremă

ìpara

deodorant

olóòrùn dídún

oglindă

dingi

oglindă cosmetică

díngi ọwọ́

aparat de ras

abẹ

spumă de ras

fomu ifárungbọ̀n

aftershave

lẹ́yìn ìfarungbọ̀n

pieptene

ìyarun

perie

burọ̀ṣì

uscător de păr

agbẹrun

fixator

ìparun

machiaj

ìmúra

ruj

ìtọ́tè

lac de unghii

faniṣi èkaná

vată

òwú

foarfece de unghii

sisọsi èkaná

parfum

pafumu

neseser

báàgì ìwẹ̀

taburet

àga

cântar

ìwọ̀n

halat de baie

okùn ìwẹ̀

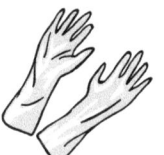

mănuși de cauciuc

ìbọ̀wọ́ rọ́bà

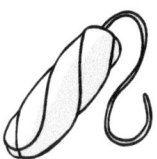

tampon

tampun

tampon

ìnuwọ́

toaletă chimică

șálángá kẹmika

camera copiilor
yàrá ọmọdé

ceas deșteptător
aago ìtaniji
jucărie de pluș
ìṣeré
mașină de jucărie
ọkọ̀ ìṣeré
morișcă
ratu
casă de păpuși
ilé bèbí
cadou
ẹ̀bùn

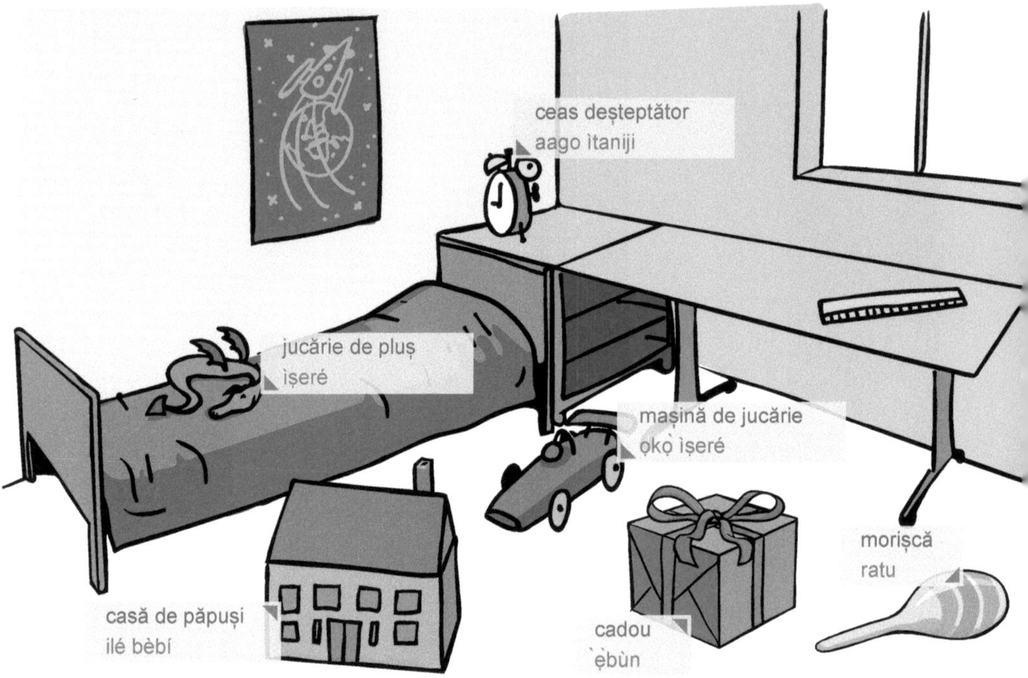

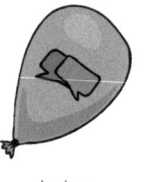

balon

fèrè

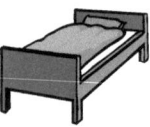

pat

ibùsùn

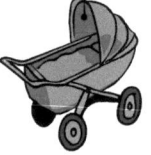

cărucior de copii

ìgbọ́mọ

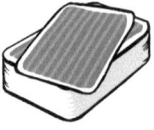

joc de cărți

àpapọ̀ káàdì

puzzle

ayùn

SUPER MEGA

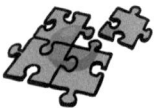

revistă de benzi desenate

àwàdà

cuburi lego

àwọn biriki

piese pentru construcții

ohun ìṣeré

personaj din filmele de acțiune

figọ ìṣe

body

ìdàgbàsókè

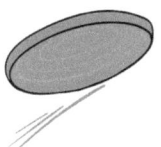

frisbee

firisibi

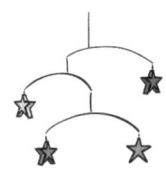

mobil

alágbèéká

joc de societate

eré pẹpẹ

zar

daisi

set trenuleț de jucărie

àkópọ̀ ìkọ́ni àwọ̀ṣe

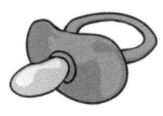

suzetă

dọmi

petrecere

ayẹyẹ

carte cu poze

ìwé àwòrán

minge

bọ́ọ̀lù

păpușă

bèbí

a se juca

ṣeré

groapă de nisip
....
kòtò yẹ̀pẹ̀

leagăn
....
jangilofa

jucării
....
àwọn ìṣeré

consolă video
....
kọ́nsolu iṣeré fídíò

tricicletă
....
ẹlẹ́sẹ̀ mẹ́ta

ursuleț
....
bèbí ọmọdé

dulap
....
ibi ìkaṣọsi

îmbrăcăminte

aṣọ

șosete
....
sọkisi

ciorapi
....
sitọkin

dres
....
ṣòkòtò

şal
sikafu

curea
ìgbànú

umbrelă
agbòjò

tricou
t-şeti

cizme
bàtà

papuci
salubata

pantofi sport
àwọn olùkọni

sandale
....
salubata

încălțăminte
....
bàtà

cizme de cauciuc
....
bàtà òjò

chilot
....
pátá

sutien
....
kọ́mú

maiou
....
fẹsiti

body

ara

pantaloni

ṣòkòtò

blugi

kakí

fustă

sikẹti

bluză

bulausi

cămașă

ṣẹti

pulover

dúró

jerseu

ìbòrí

sacou

aṣọ òkè

jachetă

aṣọ otútù

palton

kotu

pelerină de ploaie

aṣọ òjò

costum

ìmúra

rochie

wọṣọ

rochie de mireasă

aṣọ ìgbéyàwó

costum

sutu

cămașă de noapte

așọ àwọ̀sùn

pijama

pijama

sari

sari

batic

gèlè

turban

tọbanu

burka

bọka

caftan

kafitani

abaya

abaya

costum de baie

așọ ìwẹdò

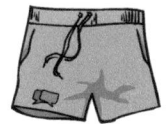

șort

așọ àwọsókè

pantaloni scurți

penpe

trening

kotu

șorț

așọ ìdáná

mănuși

ìbọ̀wọ́

nasture

bọ́tìnnì

ochelari

awò

brățară

ẹgbà ọwọ́

lanț

ẹgbà ọrùn

inel

òrùka

cercel

gbígbọ́

căciulă

filà

umeraș

ìkọ́ kotu

pălărie

àkẹtẹ̀

cravată

tai

fermoar

sipu

cască

koto

bretele

biresi

uniformă școlară

aṣọ ilé-ìwé

uniformă

yunifọmu

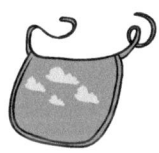

baveţică

bibu

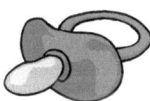

suzetă

dọmi

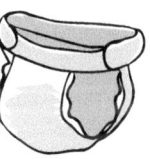

scutec

ìlédìí

birou

ọfisi

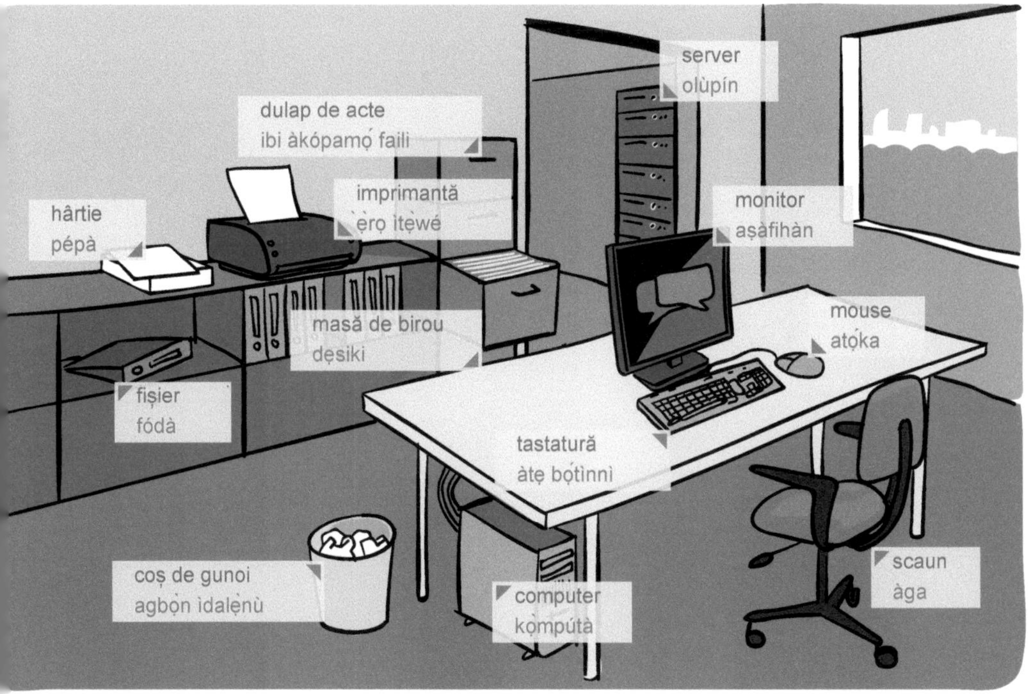

server
olùpín
dulap de acte
ibi àkópamọ́ faili
hârtie
pépà
imprimantă
ẹ̀rọ ìtẹ̀wé
monitor
aṣàfihàn
masă de birou
dẹsiki
mouse
atọ́ka
fişier
fódà
tastatură
àtẹ bọ́tìnnì
coş de gunoi
agbọ̀n ìdalẹ̀nù
computer
kọ̀mpútà
scaun
àga

ceaşcă de cafea

ife kọfí

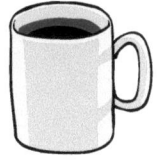

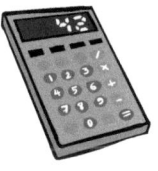

calculator

ẹ̀rọ ìṣirò

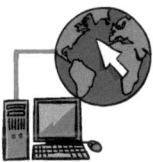

internet

ayélujára

laptop

kọmpútà àgbélétan

scrisoare

lẹ́tà

mesaj

ìfiránṣẹ́

telefon mobil

alágbèéká

reţea

nẹ́tíwọ̀kì

copiator

ẹ̀rọ ẹdà

software

sọftwia

telefon

ẹ̀rọ ìbánisọ̀rọ̀

priză

ihò iná

fax

ẹ̀rọ fakisi

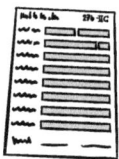

formular

fọọ̀mù

document

ìwé àkọsílẹ̀

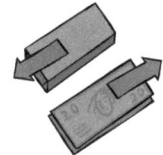

a cumpăra

rà

a plăti

sanwó

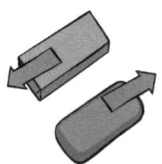

a face comerţ

ṣòwò

bani

owó

Dolar

dọla

Euro

yuro

Yen

yẹni

Rublă

rọbu

Franc Elveţian

Siwisi frans

renminbi yuan

renminbi yuan

Rupie

rupi

bancomat

ibi owó

casă de schimb valutar

ibi ìpàrọ̀ owó

aur

wúrà

argint

fàdákà

petrol

epo

energie

agbára

preţ

iye

contract

àdéhùn

impozit

owó orí

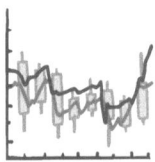

acţiune

ìpín ọjà

a munci

ṣíṣẹ́

angajat

òṣìṣẹ́

angajator

agbani síṣẹ́

fabrică

ilé iṣẹ́

magazin

ìsọ̀

ocupații

àwọn iṣẹ́ ààyò

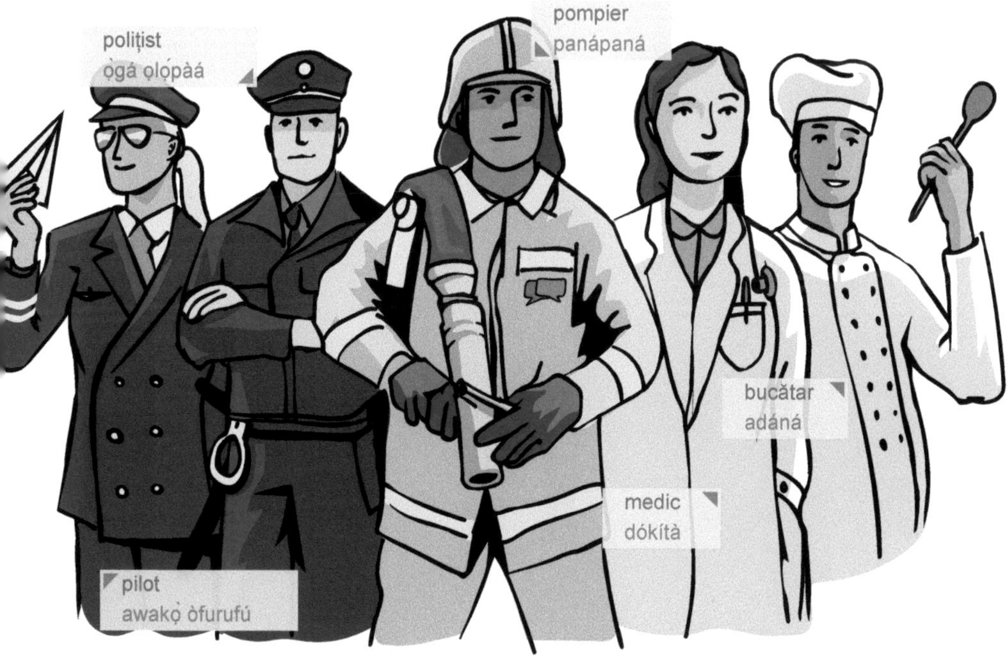

polițist
ọ̀gá ọlọ́pàá
pompier
panápaná
bucătar
adáná
medic
dókítà
pilot
awakọ̀ òfurufú

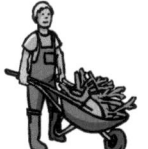

grădinar

olọ́gbà

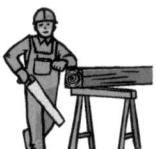

tâmplar

gbẹ́nàgbẹ́nà

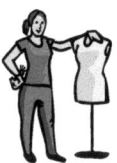

cusătoreasă

aránṣọ

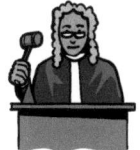

judecător

adájọ́

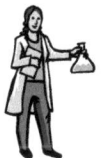

chimist

olóògùn

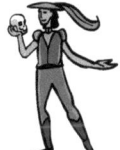

actor

òṣèré

șofer de autobuz

awakọ̀ èrò

șofer de taxi

awakọ̀ èrò

pescar

apẹja

femeie de serviciu

omidan agbálẹ̀

tinichigiu

kanlékanlé

chelnăr

agbóunjẹ

vânător

ọdẹ

pictor

akunlé

brutar

olùșe iyẹ̀fun

electrician

așàtúnșe iná

muncitor în construcții

akọ́lé

inginer

amojú ẹrọ

măcelar

alápatà

instalator

pulọmba

poștaș

afiwé ránșẹ́

soldat

jagunjagun

arhitect

ayàwòrán ilé

casier

akawó

florar

olódòdó

frizer

aşerun lóge

controlor

adarí èrò

mecanic

aşàtúnşe okò

căpitan

adarí

stomatolog

olùtójú eyin

om de ştiinţă

onímò ìjìnlè

rabin

olùkòni

imam

imamu

călugăr

monki

preot

òjíşé Olórun

instrumente
àwọn irinṣẹ́

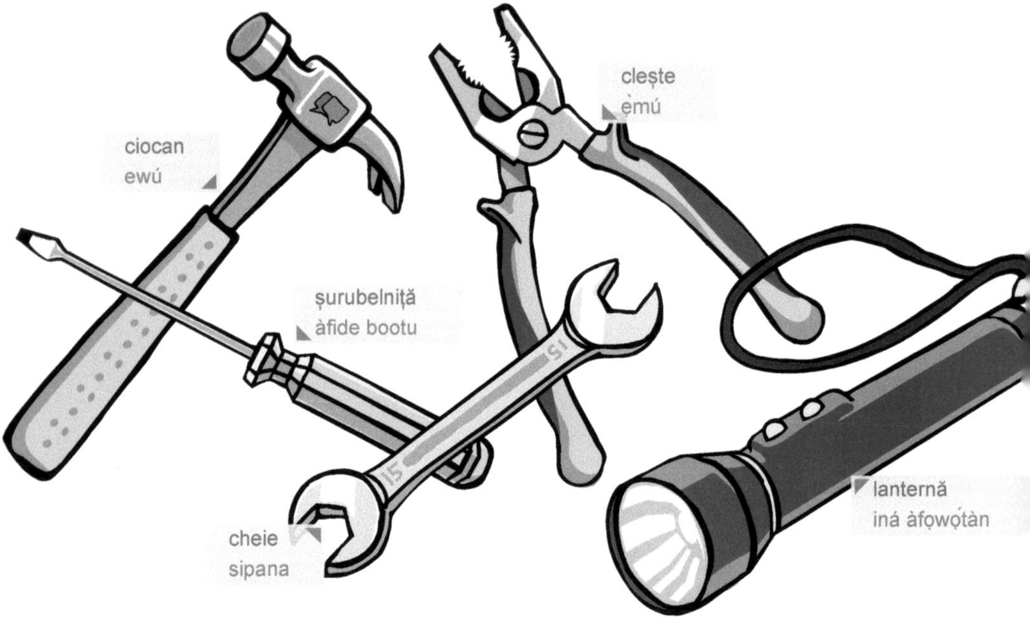
ciocan
ewú
clește
ẹmú
șurubelniță
àfide bootu
cheie
sipana
lanternă
iná àfọwọ́tàn

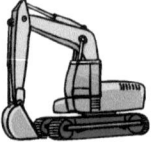

excavator

jiga

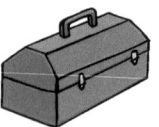

cutie de scule

àpótí irinṣẹ́

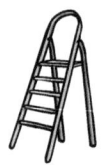

scară

àgàsọ̀

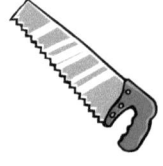

ferăstrău

ayùn

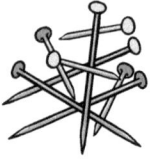

cuie

èṣó

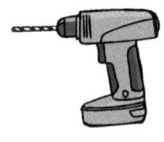

burghiu

ìlu

a repara	lopată	La naiba!
túnṣe	sọ́bìrì	Adágún!

făraș	vas pentru vopsea	șuruburi
igbá ìdọ́tí	kòkò ọ̀dà	bootu

instrumente muzicale
àwọn irinṣẹ́ orin

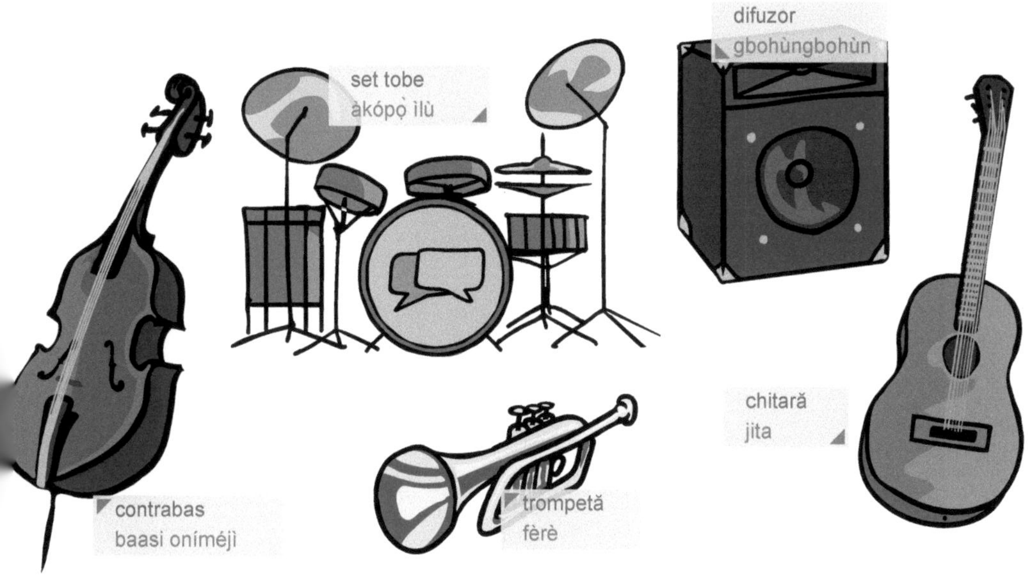

set tobe
àkópọ̀ ìlù

difuzor
gbohùngbohùn

contrabas
baasi oníméjì

trompetă
fèrè

chitară
jita

pian
dùrù

vioară
faolin

bas
baasi

trombon
timpani

tobă
àwọn ìlù

keyboard
kiibọdu

saxofon
sasofonu

fluier
fèrè ìpè

microfon
ẹ̀rọ gbohùngbohùn

grădină zoologică
ibi ẹranko

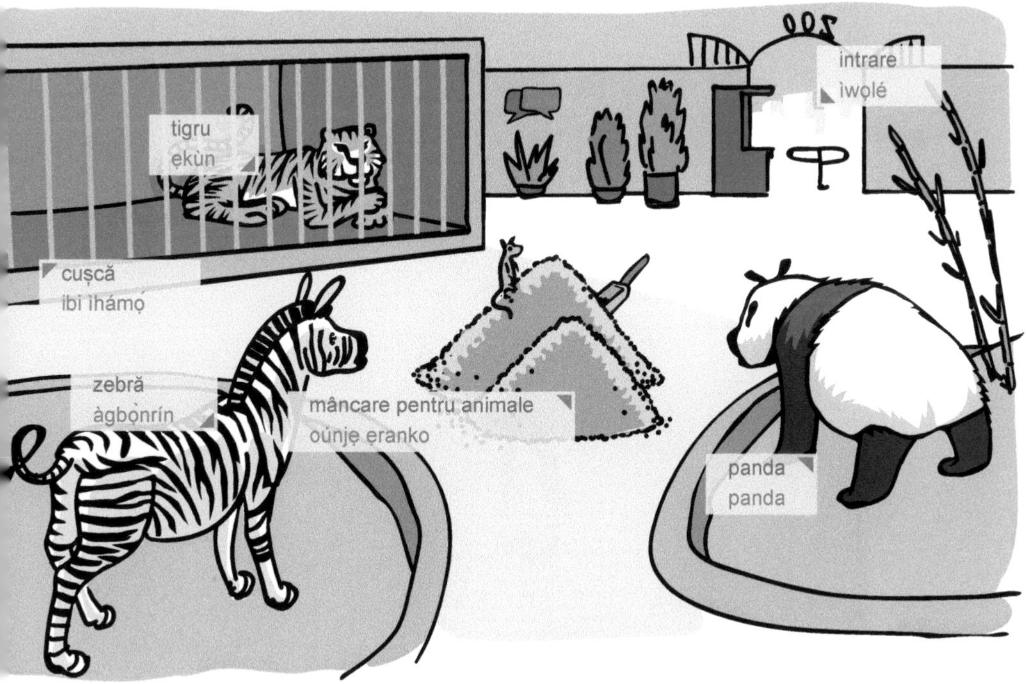

tigru
ẹkùn
intrare
ìwọlé
cușcă
ibi ìhámọ́
zebră
àgbọ̀nrín
mâncare pentru animale
oúnjẹ ẹranko
panda
panda

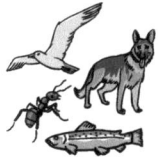

animale

àwọn ẹranko

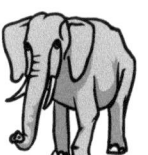

elefant

erin

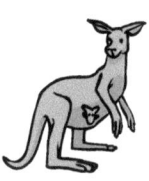

cangur

kangaruu

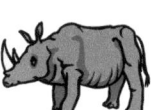

rinocer

raino

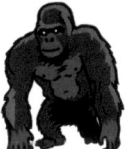

gorilă

ọ̀bọ lagido

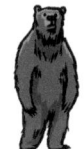

urs

biari

cămilă

kẹtẹkẹtẹ́

struț

ẹyẹ agùnlọrùn

leu

kìnìún

maimuță

ọbọ

flamingo

yojayoja

papagal

ayékòótọ́

urs polar

biari omi

pinguin

pinguin

rechin

șaki

păun

ọ̀kin

șarpe

ejò

crocodil

ọnì

îngrijitor grădina zoologică

olùtọ̀jú ibi ẹranko

focă

sili

jaguar

jagua

ponei

poni

leopard

ẹkùn

hipopotam

ẹran omi

girafă

jirafi

acvilă

àṣá

porc mistreţ

ẹlẹ́dẹ́ igbó

peşte

ẹja

broască ţestoasă

ijàpá

morsă

wọrọsi

vulpe

kọlọkọlọ

gazelă

gasẹli

fotbal american
Bọ́ọ̀lù àfẹsẹ̀gbá Amẹrika

ciclism
kẹ̀kẹ́

tenis
tẹnisi

basketball
bọ́ọ̀lù agbọ̀n

înot
ìwẹ̀ odò

hockey pe gheață
ọ̀kí yìnyín

box
elesẹẹ

fotbal

bọ́ọ̀lù àfẹsẹ̀gbá

badminton

badmintin

atletism

àwọn tí ń sáré

handbal

bọ́ọ̀lù ọlọ́wọ́

schi

eré orí yìnyín

polo

polo

a râde
rẹ̀rìín

a sări
fò

a îmbrățișa
dìmọ́

a merge
rìn

a cânta
kọrin

a visa
àlá

a se ruga
gbàdúrà

a săruta
fẹnukò

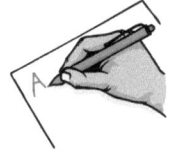

a scrie
kọ̀wé

a desena
yàwòrán

a arăta
fihàn

a împinge
tì

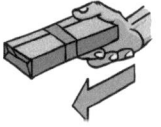

a da
funni

a lua
mú

a avea

ní

a face

șe

a fi

jé

a sta în picioare

dúró

a fugi

sáré

a trage

fà

a arunca

jù

a cădea

șubú

a sta întins

paró

a aștepta

dúró

a purta

gbé

a ședea

jókòó

a se îmbrăca

múra

a dormi

sùn

a se trezi

jí

a privi

wo

a plânge

kígbe

a mângâia

ọ̀pá

a se pieptăna

ìlarun

a vorbi

sọ̀rọ̀

a înţelege

lóye

a întreba

bèrè

a asculta

tẹ́tí

a bea

omi

a mânca

jẹun

a face ordine

palẹ̀mọ́

a iubi

ìfẹ́

a găti

dáná

a conduce

wakọ̀

a zbura

fò

a naviga

ìgbín

a calcula

şírò

a citi

kàwé

a învăţa

kọ́

a munci

şişẹ́

a se căsători

gbéyàwó

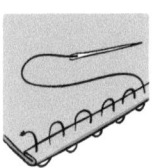

a coase

ránşọ

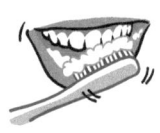

a se spăla pe dinţi

fọ eyín

a ucide

pa

a fuma

mu sìgá

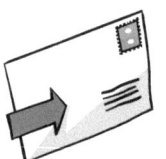

a trimite

firánşẹ́

bunică
ìyá ńlá

bunic
bàbá ńlá

tată
bàbá

mamă
ìyá

bebeluș
ọmọdé

soră
ọmọbìnrin

fiu
ọmọkùnrin

oaspete

àlejò

mătușă

àbúrò ìyá

unchi

àbúrò bàbá

frate

arákùnrin

soră

arábìnrin

corp

ara

frunte
iwájú orí
ochi
ẹyinjú
umăr
èjìká
deget
ìka
față
ojú
bărbie
àgbọ̀n
mână
ọwọ́
picior
ẹsẹ̀
piept
ọyàn
braț
apá

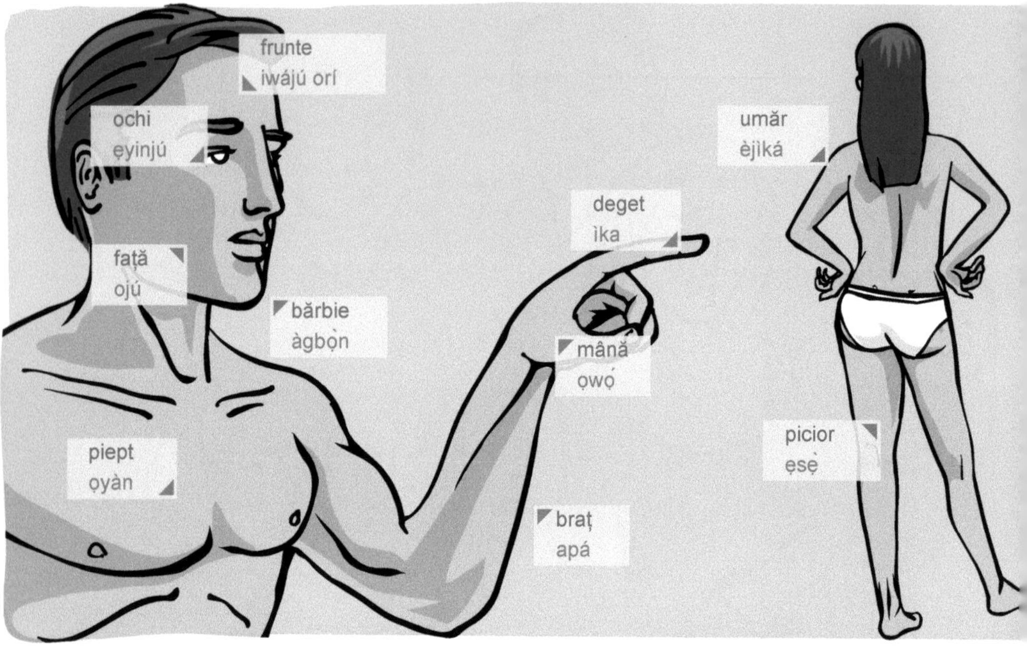

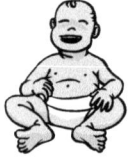

bebeluș

ọmọdé

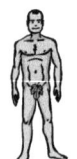

bărbat

ọkùnrin àgbà

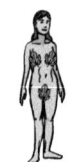

femeie

obìnrin àgbà

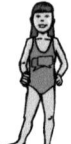

fată

obìnrin

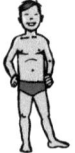

băiat

ọkùnrin

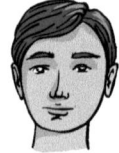

cap

orí

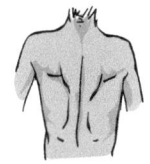

spate

ẹ̀yìn

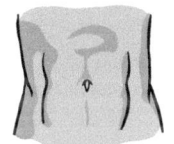

abdomen

inú

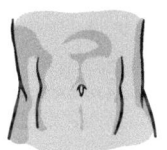

ombilic

ìdodo

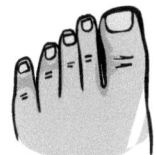

deget de la picior

ìka ẹsẹ̀

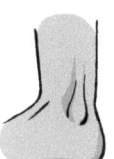

călcâi

ẹ̀yìn ẹsẹ̀

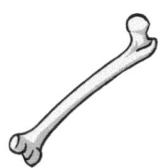

os

egungun

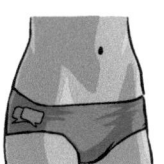

şold

ìbàdí

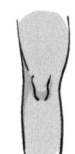

genunchi

orúnkún

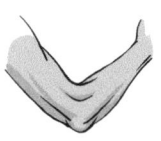

cot

ìgúpá

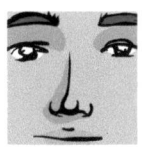

nas

imú

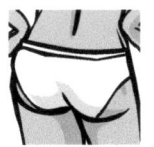

fund

ìdí

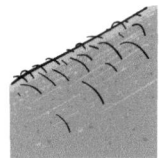

piele

awọ

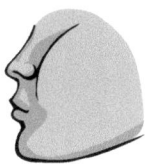

obraz

ẹ̀rẹ̀kẹ́

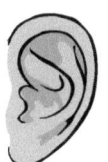

ureche

etí

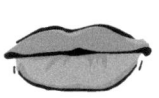

buza

ètè

gură

enu

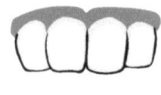

dinte

eyín

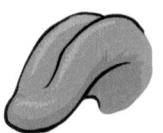

limbă

ahọn

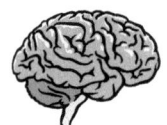

creier

ọpọlọ

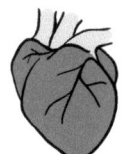

inimă

ọkàn

mușchi

ișan

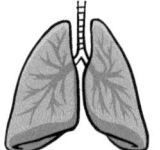

plămân

ìfun

ficat

ẹdọ

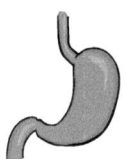

stomac

ikùn

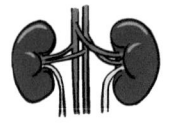

rinichi

kíndìrín

sex

ìbálòpọ̀

prezervativ

rọ́bà àbò

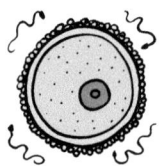

ovul

ofumu

spermă

àtọ̀

sarcină

oyún

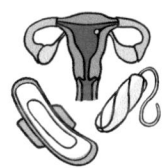

menstruație

ṅkan oṣù

vagin

òbò

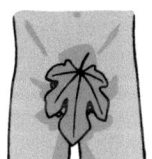

penis

okó

sprânceană

ìpénpéjú

păr

irun

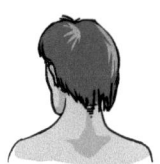

gât

ọrùn

spital
ilé ìwòsàn

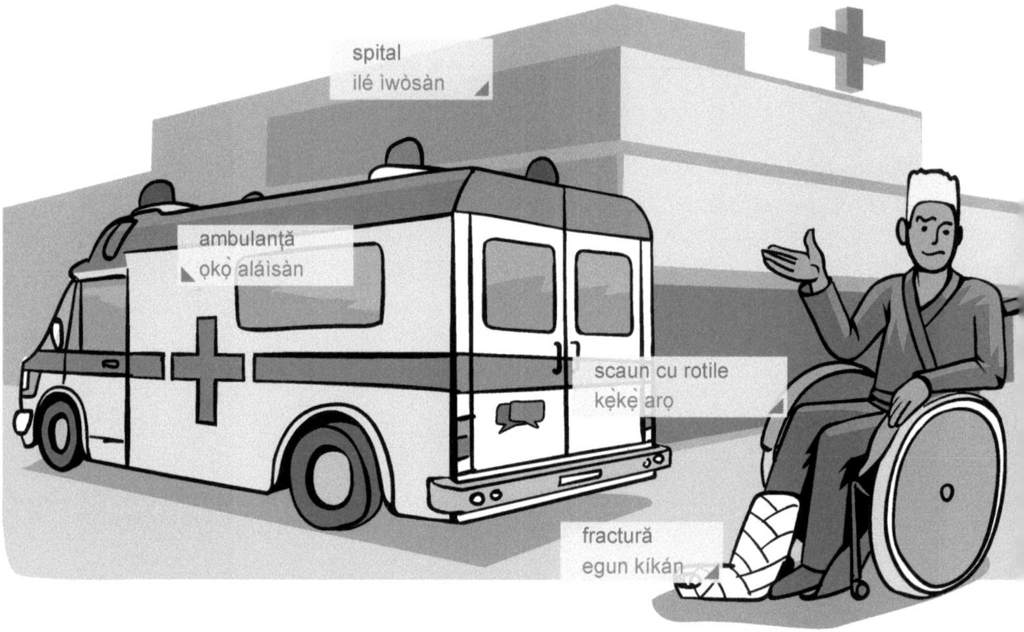

spital
ilé ìwòsàn
ambulanță
ọkọ̀ aláìsàn
scaun cu rotile
kẹ̀kẹ̀ arọ
fractură
egun kíkán

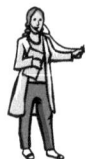

medic

dókítà

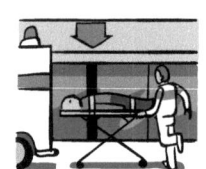

unitate de primiri urgențe

yàrá pàjáwìrì

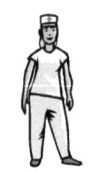

soră medicală

nọ́ọ̀sì

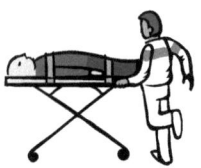

urgență

pàjáwìrì

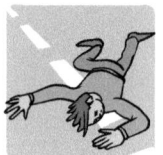

inconștient

dákú

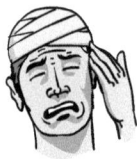

durere

ìrora

leziune
egbò

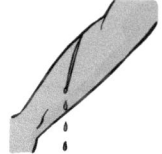

sângerare
ẹ̀jẹ̀ dídà

infarct miocardic
àìsàn ọkàn

atac cerebral
rọpárọsẹ̀

alergie
àlébù ògùn

tuse
ikọ́

febră
ibà

gripă
ọ̀fìnkìn

diaree
ìgbẹ́ gburu

durere de cap
ẹ̀fọrí

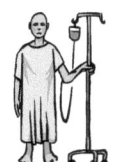

cancer
jẹjẹrẹ

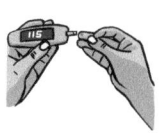

diabet
ìtọ̀ ṣúgà

chirurg
alábẹ

scalpel
abẹfẹ́lẹ́

operație
iṣẹ́ abẹ

CT

CT

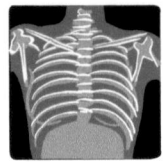

raze Röntgen

x-ray

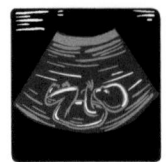

ultrasunet

ọtirasandi

mască

aṣọ ibòjú

boală

àrùn

sală de așteptare

yàrá idúró

cârjă

ọpá

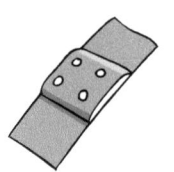

plasture

àlẹmọ́

bandaj

aṣọ àfiwé

injecție

abẹ́rẹ́

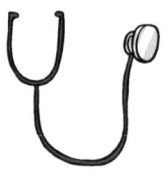

stetoscop

àyẹ̀wò èémì

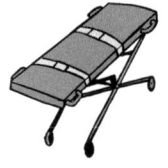

targă

àtẹ aláìsàn

termometru

ẹ̀rọ iwọ̀n oru ilé ìwòsàn

naștere

ìbí

supraponderabilitate

ìsanrajù

74

spital - ilé ìwòsàn

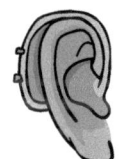

aparat auditiv

ẹ̀rọ àfigbọ́rọ̀

dezinfectant

apa kòkòrò

infecţie

àkóràn

virus

kòkòrò

HIV/SIDA

Àrùn HIV / AIDS

medicină

ògùn

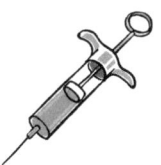

vaccin

àjẹsára

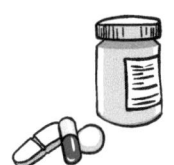

tablete

tabulẹti

pastilă

ògùn

apel de urgenţă

ìpè pàjáwìrì

aparat de măsurare a
presiunii arteriale

atọpinpin ẹ̀jẹ̀ ríru

bolnav/sănătos

àìsàn / lera

Ajutor! İrànlọ́wọ!	 alarmă ìtanijí	 agresiune ìluni
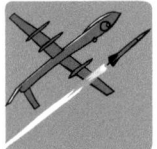 atac ìdójukọ	 pericol ewu	 ieşire de urgenţă ìjáde pàjáwìrì
Foc! Iná!	 extinctor panápaná	 accident ìjàmbá
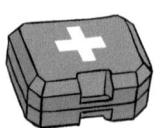 trusă de prim-ajutor àpótí ìtọ́jú aláìsàn	 SOS SOS	 poliţie ọlọ́pàá

Europa

Yuropu

America de Nord

North Amerika

America de Sud

South Amerika

Africa

Afirika

Asia

Esia

Australia

Ọsirelia

Altantic

Atlantic

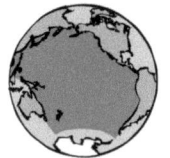

Pacific

Pacific

Oceanul Indian

Indian Ocean

Oceanul Antarctic

Antarctic Ocean

Oceanul Arctic

Arctic Ocean

Polul Nord

Òpó Ìlà Òrùn

Polul Sud

Òpó Ìwọ̀ Òrùn

Antarctica

Antarctica

pământ

Ayé

țară

ilẹ̀

mare

òkun

insulă

erékùsù

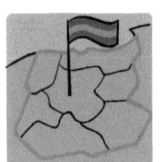

națiune

orílẹ̀-èdè

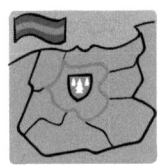

stat

ìpínlẹ̀

cadran

ojú aago

orar

ọwọ́ wákàtí

minutar

ọwọ́ ìṣẹ́jú

secundar

ọwọ́ ìṣẹ́jú àáyá

Cât e ceasul?

Kínni aago sọ?

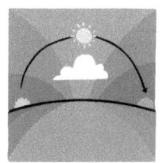

zi

ojọ́

timp

àkókò

acum

báyìí

cead digital

aago onínọ́mbà

minut

ìṣẹ́jú

oră

wákàtí

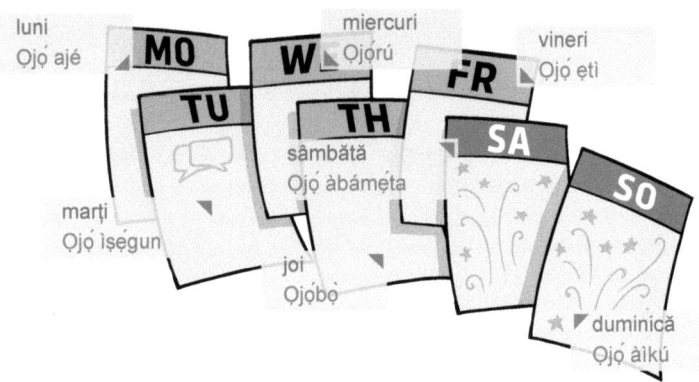

luni
Ojọ́ ajé

miercuri
Ojọ́rú

vineri
Ojọ́ ẹ̀tì

marți
Ojọ́ ìṣẹ́gun

sâmbătă
Ojọ́ àbámẹ́ta

joi
Ojọ́bọ̀

duminică
Ojọ́ àìkú

ieri

àná

azi

òní

mâine

ọla

dimineață

àárọ̀

amiază

ọ̀sán

seară

ìrọ̀lẹ́

MO	TU	WE	TH	FR	SA	SU
1	2	3	4	5	6	7
8	9	10	11	12	13	14
15	16	17	18	19	20	21
22	23	24	25	26	27	28
29	30	31	1	2	3	4

zile lucrătoare

àwọn ojọ́ iṣẹ́

MO	TU	WE	TH	FR	SA	SU
1	2	3	4	5	6	7
8	9	10	11	12	13	14
15	16	17	18	19	20	21
22	23	24	25	26	27	28
29	30	31	1	2	3	4

week-end

iparí ọsẹ̀

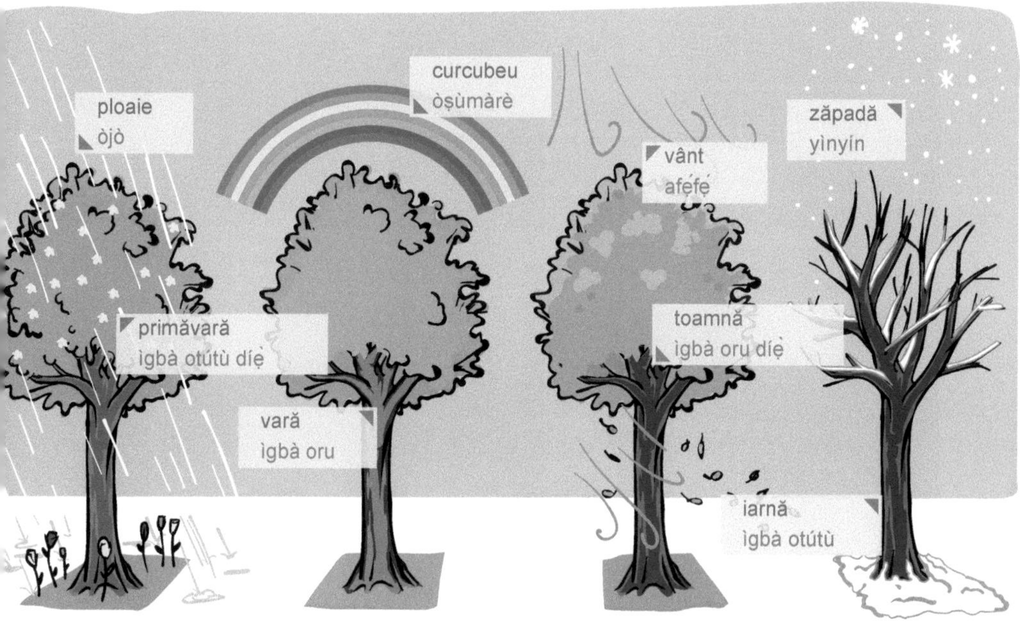

ploaie
òjò

curcubeu
òṣùmàrè

vânt
afẹ́fẹ́

zăpadă
yìnyín

primăvară
ìgbà otútù díẹ̀

toamnă
ìgbà oru díẹ̀

vară
ìgbà oru

iarnă
ìgbà otútù

4.APRIL	11°	☀
5.APRIL	4°	🌧
6.APRIL	13°	☁
7.APRIL	8°	❄
8.APRIL	10°	☀

prognoză meteo

ìsọtẹ́lẹ̀ ojú-ọjọ́

termometru

ẹ̀rọ ìwọ̀n oru

lumina soarelui

ìtànsán òrùn

nor

òfurufú

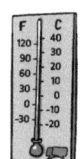

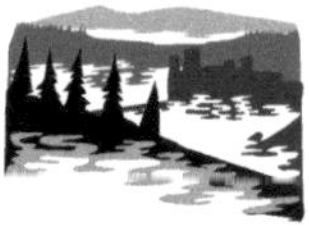

ceață

ọ̀pọ̀lọ́

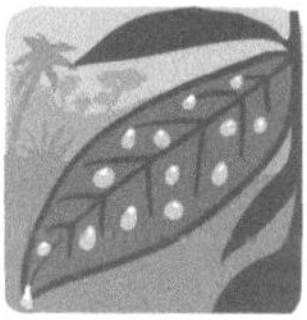

umiditate a aerului

ọ̀gìnniti

fulger

iná

tunet

àrá

furtună

ìjì

grindină

kùrukùru

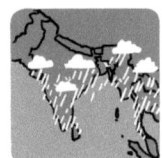

muson

afẹ́fẹ́

inundaţie

àgbàrá

gheaţă

omi dídì

ianuarie

Oṣù kínní

februarie

Oṣù kejì

martie

Oṣù kẹẹ̀ta

aprilie

Oṣù kẹẹ́rin

mai

Oṣù kaàrún

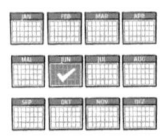

iunie

Oṣù kẹfà

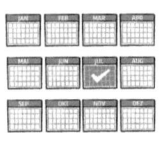

iulie

Oṣù keèje

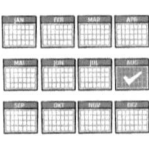

august

Oṣù keẹ̀jọ

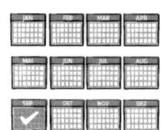

septembrie

Oṣù kẹẹ̀sán

octombrie

Oṣù keẹ̀wá

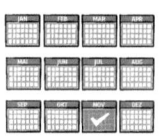

noiembrie

Oṣù kọkànlá

decembrie

Oṣù kejìlá

cerc

róbótó

pătrat

onígun mẹ́rin dọ́gba dọ́gba

dreptunghi

onígun mẹ́rin

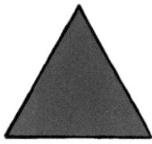

triunghi

onígun mẹta

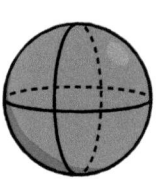

sferă

sifia

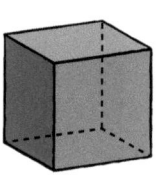

cub

kubu

alb
....
funfun

galben
....
yẹlo

portocaliu
....
olómi ọsàn

roz
....
pinki

roșu
....
pupa

violet
....
pọpu

albastru
....
bulu

verde
....
aláwọ̀ ewé

maro
....
buranu

gri
....
rẹ́súrẹ́sú

negru
....
dúdú

mult/puțin

òpọ̀ / níwọnba

furios/calm

bínnú / farabalẹ̀

frumos/urât

rẹwà / òbùrẹwà

început/sfârșit

bíbẹ̀rẹ̀ / òpin

mare/mic

ńlá / kékeré

luminos/întunecat

mọ́lẹ̀ / dúdú

frate/soră

arákùnrin / arábìnrin

curat/murdar

mímọ́ / dọ̀tí

complet/incomplet

parí / àìparí

zi/noapte

ojọ́ / alẹ́

mort/viu

kú / àyè

lat/strâmt

fẹ̀ / tínrín

comestibil/necomestibil

jíjẹ / àìlèjẹ

rău/prietenos

ibi / dára

emoționat/plictisit

dunnú / sísú

gras/slab

tóbi / tínrín

primul/ultimul

àkọ́kọ́ / ìgbẹ̀yìn

prieten/inamic

ọ̀rẹ́ / ọ̀tá

plin/gol

kún / ṣófo

tare/moale

le / rọ̀

greu/ușor

wúwo / fúyẹ́

foame/sete

ebi / òhùngbẹ

bolnav/sănătos

àìsàn / lera

ilegal/legal

tàpá sófin / bá òfin mu

inteligent/stupid

ọlọ́gbọ́n / òmùgọ̀

stânga/dreapta

òsì / ọ̀tún

aproape/departe

tòsí / jìnnà

nou/uzat

tuntun / àlòkù

nimic/ceva

àìsí nkan / níní nkan

bătrân/tânăr

arúgbó / ọ̀dọ́

pornit/oprit

tàn / kú

deschis/închis

ṣí / padé

încet/tare

dáké̩ / pariwo

bogat/sărac

lọ́rọ̀ / tòsì

corect/fals

tọ̀nà / àìtọ̀nà

aspru/neted

àìdán / dán

trist/fericit

banújẹ́ / dunú

lung/scurt

kúrú / gùn

încet/repede

lọ́ra / yára

ud/uscat

tutù / gbẹ

cald/rece

lọ́wọ́rọ́ / otútù

război/pace

ogun / àlàfíà

0

zero

òdo

1

unu

méní

2

doi

méjì

3

trei

mẹ́ta

4

patru

mẹ́rin

5

cinci

márùún

6

şase

mẹ́fà

7

şapte

méje

8

opt

mẹ̀jọ

9

nouă

mẹ́sàán

10

zece

mẹ́wàá

11

unsprezece

mọ́kànlá

12

douăsprezece

méjìlá

13

treisprezece

mẹ́tàlá

14

paisprezece

mẹ́rìnlà

15

cincisprezece

mẹdogun

16

șaisprezece

marundinlógún

17

șaptesprezece

mẹ́tàdínlógún

18

optsprezece

méjìdínlógún

19

nouăsprezece

mọ́kàndínlógún

20

douăzeci

ogún

100

o sută

ọgọ́rùún

1.000

o mie

ẹgbẹ̀rún

1.000.000

un milion

miliọnu

engleză

Gẹẹ́sì

engleză americană

Gẹẹ́sì Ilẹ̀ Amẹ́ríkà

chineza mandarină

Mandarini Ṣainạ

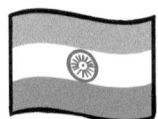

hindi

Hindi

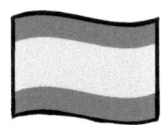

spaniolă

Sipaniṣi

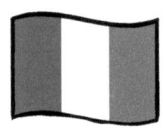

franceză

Faransé

arabă

Lárúbáwá

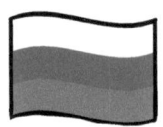

rusă

Rọṣia

protugheză

Pọtugi

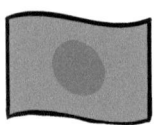

bengaleză

Bẹngali

germană

Jamani

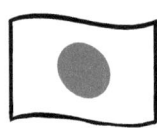

japoneză

Japanisi

eu

Èmi

tu

ìwọ

el/ea

ọkùnrin / obìnrin / nkan

noi

àwa

voi

ìwọ

ea

àwọn

cine?

tani?

ce?

kínni?

cum?

báwo?

unde?

níbo?

când?

nígbà wo?

nume

orúkọ

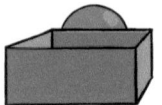

în spate

lẹ́yìn

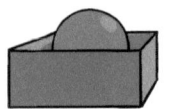

în

inú

înainte

níwájú

peste

lókè

pe

lórí

sub

lábẹ́

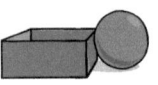

lângă

lẹ́gbẹ̀ẹ́

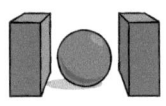

între

láàrín

loc

ibi